இலை நகர்த்தும் நதி

இலை நகர்த்தும் நதி

அனிஷ்கா

பிறகு
பிரசுரம்

Title: Ilai Nagarthum Nathi
Author's Name: Anishka

Published by Piragu Prachuram

Piragu Prachuram
(An imprint of Zero Degree Publishing)
No.75 & 76, I Floor, Kuppusamy Street,
Balaji Nagar, Padi,
Chennai - 600050

Website: www.zerodegreepublishing.com
E Mail id: zerodegreepublishing@gmail.com
Phone: 89250 61999

Piragu Prachuram First Edition : October 2025
ISBN :978-93-95473-32-3
TITLE NO PP :24

Rs.110/-

Layout : G.Selvakumar
Cover Design : Vijayan, Creative Studio
Printed at Rathna Offset Printers, Chennai, India

சமர்ப்பணம்

தமிழில் முதல் ஹைக்கூ நூல் வெளியிட்டவர் என்ற
வரலாறை நட்பின் துரோகத்தால் இழந்த
மென் கவிஞர் அறிவுமதி அவர்களுக்கு.

அணிந்துரை

"மூன்றடிகளால் விண்ணையும் மண்ணையும் பாதாளத்தையும் அளந்த வாமன வடிவம் ஹைக்கூ" என கவிக்கோ அவர்கள் ஹைக்கூவைக் குறிப்பிட்டுள்ளார்.

ஹைக்கூவுக்கு மூன்றடிகள். முதலடியில் ஐந்து அசைகள், இரண்டாம் அடியில் ஏழு அசைகள், மூன்றாம் அடியில் ஐந்து அசைகள் என அடிக்கணக்கும் அசைக்கணக்கும் சொல்லப்பட்டு, பாடுபொருளாக இயற்கையும் பருவகாலமும் அமைந்தது மரபு. காலமாற்றம், ஹைக்கூவிலும் மாற்றங்களைக் கொண்டுவந்து அசையெண்ணிக்கையும் பாடுபொருளும் காலத்துக்கேற்ப மாறின. மூன்றாவது அடியில் திருப்புமுனையை வைக்கும் மரபு மட்டும் ஹைக்கூக்களின் அங்கமாக நிலைத்துவிட்டது.

அசையெண்ணிக்கை *5, 7, 5* எனச் சொல்லப்படுவது ஜப்பானிய மொழியில் 'ஹிராகனா' வரிவடிவ எழுத்தெண்ணிக்கையைக் குறிப்பது.

ஜப்பானிய மொழி மூன்று வரிவடிவங்களில் எழுதப்படும். அடிப்படை வரிவடிவம் 'ஹிராகனா', சீன எழுத்துரு வரிவடிவம் 'காஞ்சி', அயல்மொழிச் சொற்களை எழுதுவதற்கான வரிவடிவம் 'கதாகனா'. இவற்றுள் காஞ்சி வரிவடிவமும், ஹிராகனா வரிவடிவமும் கலந்து ஜப்பானிய மொழியில் ஹைக்கூக்கள் எழுதப்படுகின்றன.

காஞ்சி வரிவடிவத்தில் எழுதப்பட்ட எழுத்துகளின் ஒலிப்பை எழுத்து எண்ணிக்கைக்காக ஹிராகனாவில் எழுதி அதன் பின்னர் *5, 7, 5* என எழுத்துகள் எண்ணப்படும்.

காலத்துக்கு ஏற்ப அசையெண்ணிக்கை இலக்கணத்தை மீறிய இன்றைய ஹைக்கூக்கள் இயற்கையையும் மூன்றடிகளில் காட்சிப்படுத்துகின்றன. மேலும், இயற்கையைத் தலைப்பாகக் கொள்ளாத கவிதைகளில் சமூக அக்கறையையும் சிந்தனையையும் மூன்றாவது அடியின் திருப்புமுனையில் சுழித்துக் கரைமீறிச் சென்று மீண்டும் கரைக்குள் வந்து தன் வழியில் செல்லும் ஆற்றினைப் போல் வாசகரின் பார்வையில் திருப்பத்தை ஏற்படுத்துகின்றன.

நண்பர் பாலஜோதி இராமச்சந்திரன் எழுதியிருக்கும் ஹைக்கூ கவிதைகளும், இயற்கையைக் காட்சிப்படுத்துகின்றன, தன் போக்கில் சமூக அக்கறையை முன்வைக்கின்றன. மூன்றாவது அடியில் நிகழும் திருப்பமும் அது காட்டும் புதிய பரிமாணம் ஹைக்கூவைக் காட்சிப்படுத்தியும் அக்காட்சியினூடே வாழ்க்கைச் சித்திரத்தையும் தீட்டிச் செல்கின்றன.

அந்தத் தாய் தன் மூக்குத்தியை வெகுசமீபத்தில்தான் கழட்டியிருக்கவேண்டும். ஏனென்றால், மூக்குத்தித் துவாரம் தூர்ந்துவிடாமல் இன்னும் துவாரம் இருக்கிறது, அதில் வியர்வை நிற்கிறது. எதற்காக அவள் தன் மூக்குத்தியைக் கழட்டினாள்? ஏழைத் தாயின் நகை கழட்டப்படும் நேரங்கள் நமக்கு அன்னியமானவை அல்ல. அவசரத் தேவைக்கு அடகுவைக்கும் எண்ணத்தில்தான் ஏழைப் பெண்கள் நகை அணிகிறார்கள். அந்தத் தாயும் ஏதோ ஓர் அவசரத் தேவைக்குத் தன் மூக்குத்தியைக் கழட்டியிருக்கக்கூடும். மூக்குத்தி இல்லாமல் இருப்பினும், அவளுடைய மூக்கில் வியர்வைத் துளி மின்னுகிறது. அந்தக் காட்சியை மகனின் பார்வையில் கவிஞர் ஹைக்கூவாக வடிக்கிறார்.

மூக்குத்தித் துவாரத்தில்
மினுக்கியது
அம்மாவின் வியர்வை

இன்னொரு ஹைக்கூவில்,

உழவன் வீடு
ஏர்க்கலப்பையை உழுகின்றன
கரையான்கள்

என உழுவதையும், ஏழ்மையையும் ஒன்றாக்கி ஓவியம் தீட்டுகிறார்.

இந்த ஹைக்கூ, கவிப்பேரரசு வைரமுத்துவின் ‘விதைச்சோளம்’ கவிதை வரிகளில் வரும் கலப்பையை நினைவூட்டுகிறது,

வெதப்புக்கு விதியிருக்கோ
வெறகாக விதியிருக்கோ
கட்டிவச்ச வெங்கலப்ப
கண்ணீர் வடிச்சிருச்சே (கவிப்பேரரசு வைரமுத்து)

இரவையும் நிலவையும் குளத்தையும் இணைத்துக் காட்சிப்படுத்தும் ஹைக்கூ,

இரவு முழுக்க நிலவைத்
தேய்த்துக் குளிக்கிறது
குளம்

குளத்தில் நிலவின் பிம்பம் விழுவதைக் குளம் நிலவைத் தேய்த்துக் குளிப்பதாகக் கற்பனை செய்த கவிஞர் இதில் மட்சுவோ பாஷோவின் நிலவொளி மின்மினி ஹைக்கூவை நினைவுபடுத்துகிறார்.

நிலவொளியில்
நெற்கதிர்கள்
மின்மினி (மட்சுவோ பாஷோ)

பாஷோவின் இக்கவிதையின் ஜப்பானிய வரிகள்:

கொரேஹோதாரூ
தாகோதோனோட்சுகீனீ
கூராபேமின் (அல்லது) கூராபேரூ

சொற்களின் பொருள்:

கொரே - இந்த, ஹோதாரூ-மின்மினி, தா-வயல், கோதோ-ஒவ்வொரு, னோ- ‘இல், ட்சுகீ-நிலா, னீ-’ இன், கூராபேமின்/ கூராபேரூ-ஒப்பீடு, உவமை.

உவமை இயற்கை என்று சிறகடிக்கும் கவிஞர், சமூக அவலங்களைப் பாடும்போது, பகடிக்கு வருகிறார். சொற்களில் பகடி தென்பட்டாலும் பாடிய கருத்து காத்திரமானது.

ஊர்கூடி

இழுத்தது

ஜாதித்தேரை

வேறு காரணங்களால் பிரிந்து கிடக்கும் ஊர் ஒன்றாகச் சேரும் நிகழ்வுகளில் சாதிப்பிரச்சனை முதன்மையானது. இக்கவிதையில் இருக்கும் இன்னொரு அடுக்கு பேச்சு வழக்கில் குறியீடாகத் தோன்றியிருக்கும் இன்னொரு பார்வை. தேரை இழுத்துத் தெருவில் விட்ட கதையாக எனத் தீர்வற்றுச் செல்லும் சாதிப்பிரச்சனையாகவும் இவ்வரிகளைக் காணலாம். சாதியெனும்போது ஒன்றாகக்கூடி யாரையோ அல்லது எதையோ எதிர்ப்பதும், சாதிப் பிரச்சனையை நடுத்தெருவுக்கு இழுத்து வருவதும் அதே ஊர்தான் என இரண்டு கோணங்களைக் காட்டி நிற்கும் ஹைக்கூ சிறப்பாக அமைந்துள்ளது.

ஹைக்கூ கவிஞனுக்கு

ஜோதிடன் சொன்னான்

மூன்றில் சனி

இந்த ஹைக்கூவைப் படித்ததும் புன்னகை தோன்றினாலும், இதனுள் பொதிந்திருப்பதைக் கவிஞனின் வறுமையெனக் கொள்வதா? கவிஞன் இடம்பெறப்போகும் இலக்கிய சர்ச்சைகள் எனக் கொள்வதா? சோதிடத்தை நம்புவது நம்பாமல் இருப்பதும் அவரவர் அணுகுமுறை. ஆனால், கவிஞர் மூன்றில் சனி என எழுதிவிட்டதால், ஹைக்கூ கவிஞனுக்கு உறவுச் சிக்கல்கள் காத்திருக்குமோ என்னும் கேள்வியை நாம் நகைச்சுவையாக எண்ணிக் கடக்கலாம்.

மூன்றில் சனி இருப்போர்க்கு உறவுச்சிக்கல் உண்டாகலாம் என்பது சிலருடைய நம்பிக்கை.

சிறுமி கையிலிருக்கும்

நெகிழிப்பையில் வளர்ப்பு மீனோடு

கொஞ்சம் நதி

வளர்ப்பு மீன் இடம்பெயரும்போது அப்போதைக்கு அந்த நெகிழிப்பை நீர்தான் நதி. இந்தக் கற்பனைக்குள் இருக்கும்

நுட்பம் வியக்கவைக்கிறது. நதியில் ஓடும் மீன் ஓரிடத்திலிருந்து இன்னொரு இடத்துக்குப் பயணம் செய்துகொண்டே இருக்கிறது. தொட்டியிலிருக்கும் வளர்ப்பு மீனுக்கு இடப்பெயர்வென்பது தொட்டியின் ஒரு மூலையிலிருந்து இன்னொரு மூலைக்குச் செல்வது மட்டுமே. அந்த மீன், விற்கப்பட்டு நெகிழிப்பையில் இடப்பட்டு இன்னொரு இடத்துக்குச் செல்லும் காட்சியை ஹைக்கூவின் கடைசி மூன்றாம் அடியில் நதியில் வைத்தது அழகிய கற்பனை.

பத்தாயப் பலகையில்
செய்த குளியலறைக்கதவில்

கசிகிறது நெல்வாசம் - இக்கவிதையில் தொலைந்துகொண்டிருக்கும் விவசாயத்தையும் நெற்சேமிப்பையும் விவசாயச்சார்பு வாழ்க்கையையும் போகிற போக்கில் குறிப்பிடுகிறார்.

இத்தொகுப்பிலுள்ள ஹைக்கூக்கள் அனைத்தும் ஒவ்வொன்றாகக் குறிப்பிட்டு விவரித்துப் பாராட்டத்தக்கவை. இதன் வாசகர்களும் தாங்கள் இயங்கும் தளங்களில் இதனைப் பொருத்திப் பார்த்து, இயற்கையைப் பாடும் ஹைக்கூக்களில் அழகியலை ரசித்தும், சமூகப் பார்வையை முன்வைக்கும் ஹைகூக்களைத் தங்கள் நோக்கில் அணுகியும் சிறப்பான வாசிப்பு அனுபவத்தைப் பெறுவார்கள் என நம்புகிறேன்.

அபுல் கலாம் ஆசாத்
மௌலிவாக்கம்
நாள்: 12 ஜூலை 2025

அணிந்துரையாளர் குறிப்பு:

எழுத்தாளர் அபுல் கலாம் ஆசாத், ஜப்பானிய மொழியின் அடிப்படைகளைப் பயின்று ஜப்பானிய மொழித்தேர்வு JLPT – N4 எழுதித் தேர்ச்சி பெற்றவர். ஜப்பானிய மொழியிலிருந்து சில ஹைக்கூக்களைத் தமிழாக்கம் செய்திருக்கிறார். போலவே, உருதுமொழியிலிருந்தும் கஜல் பாடல்களைத் தமிழாக்கம் செய்திருக்கிறார். இவருடைய வெண்பாக்கள் தொகுக்கப்பட்டு ஈற்றடி என்றும் இனிப்பு, துபை வெண்பா தொண்ணூறு என இரண்டு நூல்களாக 'கிண்டில்' பதிப்பில் வெளியாகியிருக்கின்றன. மின்தூக்கி, உடல் வடித்தான், போலி, இளைத்தவன் என நான்கு நாவல்களும், ஆக்கிரமிப்பு என்னும் குறுங்கதைத் தொகுப்பும், கஜல் - மொழிமாற்றமும், கானா - சென்னையர் பாடல்களும் அச்சுப் பிரதிகளாக வெளியாகியிருக்கின்றன. ஆனந்த விகடனில் சுஜாதா அவர்களால் தேர்ந்தெடுத்த வெண்பாக்களுள் இவருடைய வெண்பாவும் ஒன்று.

என்னுரை

அன்பு நண்பர்களே...

பெருவாரியான வாழ்த்துகள்.

படைப்பாளிகள் எல்லோருக்கும் தொடக்கம் என்பது கவிதையாக இருக்கும். பள்ளி, கல்லூரி மேடையாக இருக்கும். எனக்கு ஹைக்கூவாக இருந்தது.

இருபது வயதிலேயே ஹைக்கூ எழுத ஆரம்பித்துவிட்டேன். வல்லம் வெள்ளாளத் தெருவில் நான் வசித்த வீட்டுக்கு எதிரேயே நூலகம். அது திறந்திருக்கும் நேரமெல்லாம் அங்குதான் புத்தகங்களோடு புத்தகமாய்க் கிடப்பேன். அங்குதான் அப்துல் ரகுமான் அறிமுகப் படுத்திய ஹைக்கூக்களை அறிந்தேன். பாஷோவும் பூஷணும் இஸ்ஸாவும் ஷிகியும் அங்குதான் பழக்கமானார்கள்.

பாஷோவின் தவளை ஏற்படுத்திய 'க்ளக்' சத்தம் இன்னும் காதில் கேட்டுக்கொண்டே இருக்கிறது. உதிர்ந்த பூ மறுபடியும் செடிக்குப் பறப்பதை மனம் ஓய்வு ஒழிச்சலின்றி ரசித்தபடியே இருக்கிறது.

பாஷோவுக்குப் போட்டியாக ஹைக்கூ எழுதுகிறேனோ இல்லையோ, எனது பெயரைச் சுருக்கி, அவரது பெயரைப் போலவே ஒலிக்கும் விதமாக 'பால்ஜோ' என்று வைத்துக்கொண்டேன். ஹைக்கூ கிறுக்குப் பிடித்துக் கிடந்தேன். பார்ப்பதெல்லாம் கேட்பதெல்லாம் நினைப்பதெல்லாம் ஹைக்கூவாகத் தெரிந்தது. இருந்தது. புரிந்தது.

பாஷோவும் பூஷணும் எழுதுஎழுதுவெனக் கனவிலும் துரத்தினார்கள். இஸ்ஸாவும் ஷிகியும் நனவிலும் விரட்டினார்கள். ஒரே மாதத்தில் நூற்றைம்பது ஹைக்கூக்களை டயரியில் எழுதித் தீர்த்தேன். அதன்பின்தான் என் ஆன்மா ஆசுவாசம்

கொண்டது. சுவாசம் சீர்மை கண்டது. ஜென் என்கிறார்களே, அதைப்பற்றியெல்லாம் ஒரு எழவும் தெரியாது. ஜென்சியைத் தெரிந்த அளவுக்கு 'ஜென்'னைத் தெரியாது. அவர் பாடிய பாடல்களில் மூழ்கிக் கிடக்கத் தெரியும். இப்போதுதான் புரிகிறது. ஜென் என்பது வேறொன்றுமில்லை. ஜென்சி பாடல்களில் மயங்கிக் கிடப்பதும் ஒருவகையில் 'ஜென்'தானென்று.

சரி. ஹைக்கூ எழுதினால் போதுமா? அதனை இலக்கிய ஆளுமை யாரிடமாவது காட்டி, வாழ்த்தாவது வாய்க்கரிசியாவது வாங்கியாகவேண்டுமே. உள்ளாடை அணிவது போன்ற அடுத்த கட்ட இலக்கியச் செயலாயிற்றே அது.

அன்றைக்கு எனக்குத் தெரிந்த இலக்கிய ஆளுமை என்றால், சுகன் மாத்திரமே. 'சுந்தர சுகன்' என்ற சிற்றிதழின் ஆசிரியர். அவரது வீடு மெடிக்கல் காலேஜ் ரூட்டில் ஈஸ்வரி நகரிலோ, ராஜப்பா நகரிலோ இருந்தது. நல்ல பழக்கம். ஹைக்கூ டைரியைத் தூக்கிக்கொண்டு, வல்லத்திலிருந்து 11-எண் பேருந்தில் சுகனைத் தேடிச் சென்றேன். கூடவே, பாஷோவும் பூஷணும் இஸ்ஸாவும் ஷிகியும் வித்தவுட்டில் வந்தார்கள்.

சுகனின் வீடு, கோயில் கருவறை போல இருக்கும். அவரது உயரத்துக்கு தினமும் எப்படி உயரம் குறைந்த வாசல் வழியே நுழைந்து செல்கிறார் என்ற பிரமிப்பு அப்போதே எழுந்தது. டைரியைக் கொடுத்துவிட்டு விஷயத்தைச் சொன்னேன். வாழ்த்தினார். முழுவதும் படித்துவிட்டு மூன்று நாள்களில் சொல்வதாகச் சொன்னார். நன்றி சொல்லிவிட்டு அடுத்த பஸ் ஏறி ஊருக்கு வந்துவிட்டேன். பாஷோவும் பூஷணும் இஸ்ஸாவும் ஷிகியும் மாட்டு வண்டி ஏறிவருவதாகச் சொல்லிவிட்டார்கள்.

காத்துக் கிடந்த அந்த மூன்று நாள்களும் எனக்கு பீரியட்ஸ் போலதான் நகர்ந்தது. மூன்று வரி ஹைக்கூ. மூன்று நாளில் தீர்ப்பு. மூன்று நாள் அவஸ்தை. இப்போது சிந்தித்தால் ரசனையாக இருக்கிறது. அப்போது பெரும்பாடாக இருந்தது. வந்து சேர்வதாய்ச் சொல்லியிருந்த ஹைக்கூ பிதாமகர்கள் நால்வரும் ஊர் வந்து சேரவில்லை. அந்தக் கவலையும் சேர்ந்துகொண்டது.

மூன்று நாள்கள் கழிந்து, நாலாவது நாள் காலையில் பத்து மணிக்கு அதே பதினொராம் நம்பர் பஸ்ஸைப் பிடித்து பன்னிரண்டு

மணிக்கு சுகன் வீட்டை அடைந்தேன். நல்லவேளை இருந்தார். கொஞ்ச நேரம் இலக்கியம் பேசிக்கொண்டிருந்தார். நான் கேட்டுக்கொண்டிருந்தேன். தேநீர் வந்தது. குடித்தோம். மெல்ல பேச்சை ஆரம்பித்தேன்.

“ஐயா, ஹைக்கூ டைரி குடுத்தேனே. படிச்சிட்டீங்களா?”

“ம். படிச்சேன். நல்லா எழுதிருக்கீங்க. சுந்தர சுகன்ல பிரசுரிக்க பத்து ஹைக்கூ தேர்ந்தெடுத்து வச்சிருக்கேன்.”

“நன்றி ஐயா. எந்தப் பத்துன்னு தெரிஞ்சுக்கலாமா ஐயா?”

“புத்தகத்தைப் பாத்துத் தெரிஞ்சுக்கங்க.”

“சரிங்க ஐயா.”

“பால்ஜோ பேர்ல வேணாம். வல்லம் மகேசு பேர்லயே வெளிவரட்டும்.”

“சரிங்க ஐயா.”

இப்படித்தான் சுகன் எனக்கான அங்கீகாரத்தை சுந்தர சுகனில் வழங்கினார்.

முப்பது வருடங்களுக்குப் பிறகு அனிஷ்கா என்ற புனைபெயரில், முதல் ஹைக்கூ தொகுப்போடு வந்திருக்கிறேன்.

இதில் நூற்றைம்பது ஹைக்கூக்கள் இருக்கின்றன. அதில் சென்றியு இருக்கிறது. லிமெரிக்கூ இருக்கிறது. ஹைக்கூ தோல் போர்த்திய தமிழ்க்கவிதை புலியும் இருக்கிறது. ஹைக்கூ இருக்கிறதா? தெரியவில்லை.

பாஷோவும் பூஷணும் இஸ்ஸாவும் ஷிகியும் என் வாழ்க்கையில் மறுபடியும் வந்துவிட்டார்கள்.

இனிமேல்தான் அந்த முதல் ஹைக்கூவை எழுத வேண்டும். இல்லையில்லை படைக்க வேண்டும்.

அன்பின்....

பாலஜோதி இராமச்சந்திரன்
புதுக்கோட்டை
06.06.2025.

இலை நகர்த்தும் நதி

கரையில் தவிக்கும் உறுமீன்
கவ்விக் குளத்தில் விட்டுப்
பறந்தது கொக்கு.

பசி மயக்கத்தில் கிடந்தவன்
ஆயிரம் கொசுக்களுக்கு
உணவளித்தான்.

ஐந்துமுக தீபத்தை ஏற்றிவிட்டு
மடிந்தது
தீக்குச்சியின் சுடர்.

தட்டான் இறகைப்
போலதான் இருக்கிறது
பச்சையம் உதிர்ந்த இலை.

வயதான மீனவன்
கடலைப் பார்க்கிறான்
அவனைப் பார்க்கிறது கடல்.

தாத்தா அமர்ந்திருந்த நாற்காலி
இன்னும் போகவேயில்லை
இருமல் சத்தம்.

சிறுமி கையிலிருக்கும்
நெகிழிப்பையில் வளர்ப்பு மீனோடு
கொஞ்சம் நதி.

பத்தாயம் பலகையில்
செய்த குளியலறைக் கதவில்
கசிகிறது நெல் வாசம்.

பாதச்சுவடுகளைப் பரிசளிக்கும் சிறுமி
அணிந்துசெல்கிறது
கால்களற்ற கடலலை.

சிறுமி கட்டிய மணல் வீடு
குடியேறியது
கடல் நண்டு.

கூழாங்கற்கள் நிரம்பிய நதியில்
எப்போதும் கேட்கிறது
ஜலதரங்க இசை.

உயிர் அடங்கிய மீன்
உயிரோடிருந்தது
கண்களில் கடல்.

யானை குளிக்கிறது
வேடிக்கை பார்க்கிறது
நதி.

யானை குளிப்பாட்டுகிறது
துதிக்கை ஷவரில்
நதியை.

கரையிலிருந்து
கடல் பார்த்தன
வலையிலிருந்த மீன்கள்.

இணையை இழந்த மீன்
கடலிலிருந்து கரையில் குதித்து
இறந்தது.

மழைக்குள் மழை பெய்தது
சிறுவன் கழிக்கும்
சிறுநீர்.

எல்லோருக்கும் முதல் வெளிச்சம்
பத்து மாதம் இருந்த
இருள்.

புத்தரின் புன்னகை
இழுத்துச் செல்கின்றன
எறும்புகள்.

வயதான ஆமை
நீந்திச் செல்கிறது
வயதாகாத கடலில்.

பார்வையற்றவன்
தன் குழந்தையின் குறும்புகளைப்
பார்க்கிறான்.

வயக்காட்டுப் பொம்மைக்கு
சரியாய் பொருந்தியது
தாத்தாவின் சட்டை.

உதிரும் சருகு
அதன் நுனியில் வழிகிறது
வாழ்ந்த வரலாறு.

சுருட்டி வைத்த ஈரத்துண்டு
பொத்தி வைத்திருக்கிறது
வெப்பத்தை.

சிறுவனின் கையில்
பசுவின் மடி
பாக்கெட் பால்.

இருண்ட தெரு
சிறிய வெளிச்சம்
மெல்ல அசைகிறது நாய்.

கரையில் திமிங்கிலம்
புரண்டு படுக்க முயல்கிறது
கடைசியாய் கடலைப் பார்க்க.

தவற விட்ட ரயிலை
விரட்டிப் பிடிக்கிறது
நிலா.

உழவனின் குடிசையில்
பூத்திருக்கிறது நூறு
பூசணிப்பூ.

மூடி மூடித் திறக்கும்
குழந்தையின் கைக்குள்
மருதாணிப்பூ.

அவள் பெயரைக் கேட்டேன்
தெரியாது என்றாள்
என் பெயரும் அதுதான்.

முதல் தடவை கால் நனைக்கும் சிறுமி
சிப்பியில் தன்னை நிறைத்துத்
தருகிறது கடல்.

உழவன் வீடு
ஏர்க்கலப்பையை உழுகின்றன
கரையான்கள்.

நெருப்பும்
சாதி பார்க்கிறது
குடிசைகளையே எரிக்கிறது.

துறக்க முடிவதேயில்லை
புத்தனின் மீதான
ஆசையை.

ஏரியில் கட்டப்பட்ட
அடுக்கக மொட்டைமாடியில் பறவைகளுக்குக்
கிண்ணத்தில் நீர்.

நெசவாளியின் கைத்தறியில்
வலை நெய்கிறது
சிலந்தி.

ரேஷன் சர்க்கரை
உயிருடன் நகர்கின்றன
எறும்புகள்.

ரேஷனில் வாங்கிய சர்க்கரை
கூடவே கொஞ்சம்
எறும்புகள்.

நீரின் நடுவில் இலை
மெல்ல நகர்த்தியது
நதியை.

எல்லா விடுமுறையிலும்
ஆசிரியர் ஆகிறாள்
சிறுமி.

மேகம் விட்டது
மரங்கள் விடவில்லை
மழை.

குளிர் இரவு
கம்பளியில் ஊர்கின்றன
ஆயிரம் பூச்சிகள்.

ஊருக்குச் செல்கிறேன்
வழித்துணையாய் வந்தது
ஈ.

மூன்றுவேளை உணவு
ஃபுட் ஸ்ட்ரீட்டில்
வாட்ச்மேன் வேலை
தலையாட்டும் சிறுமி
தானாட்டும் யானை
நினைவில் குட்டி.

பசியில் இருப்பவன்
காதுகளைத் துளைக்கிறது
பிரியாணிச் சட்டியின் சத்தம்.

போதிய இடைவெளி விட்டு
அப்பாவின் பின்னால் சென்றாள்
அம்மா.

தும்பிக்கையால் துழாவி
காட்டைத் தேடுகிறது
யானை.

கொசுவை அடித்தான்
தெறித்தது
சத்தம்.

பசியில் ஒருவன்
மயங்கிக் கிடக்கும் வீதியில்
வரிசையாய் பிரியாணிக் கடைகள்.

பிரியாணிச் சட்டியைத்
தட்டும்போதெல்லாம் கேட்கிறது
ஆட்டின் கதறல்.

பொம்மைக்குப் பொருத்தம்
பார்க்கிறாள்
ஜோதிடர் மகள்.

சீனியை நுகர்ந்து
புறக்கணித்தன
எறும்புகள்.

மளிகைக் கடையின் மின்தராசில்
எடையைப் பார்க்கிறது
காற்று.

வாலாட்டுகிறது நாய்
கையாட்டுகிறது
குழந்தை.

எறியப்பட்ட கற்களை
பத்திரப்படுத்தியது
குளம்.

பிந்தி நிற்கிறார்கள்
முந்தியெழுந்தான்
பந்தியில்.

ஒவ்வொரு மரணத்திலும்
பிறக்கிறது
மரணம்.

பெரிய கோயில் நந்தி
மூதாதையரென நினைத்தது
கோயில் யானை.

மரங்கொத்திப் பறவை
கனவில் கண்டது
மரங்களற்ற காடு.

ஆடைகளற்றவன்
சுள்ளி சேகரித்தான்
முள் தைத்தது.

யானையின் தடம்
தேங்கியிருந்தது நீர்
அருந்தியது குருவி.

இறுக மூடிய பாட்டில்
மெல்ல அசைகிறது
தண்ணீர்.

அரிசியில் கலப்படம்
முன்பெல்லாம் கல்
இப்போது அரிசி.

எரிந்த பள்ளியில்
இன்னமும் கேட்கிறது
குழந்தைகளின் ஓலம்.

கடல் கடக்கும் பறவை
இளைப்பாறுகிறது
காற்றில்.

இடிந்த பள்ளியில்
இன்னமும் ஒலிக்கிறது
பிரம்புகளின் ஓசை.

பஞ்சாரத்தில் சிறகுகளை
அசைக்கிறது
குழம்பாகிவிட்ட கோழி.

பாழடைந்த பள்ளி
காதுக்குள் ஒலிக்கிறது
பிடித்த ஆசிரியரின் குரல்.

திட்டியபடி பள்ளிக்குத்
தயார்படுத்துகிறாள்
பொம்மைக்கு அம்மாவான சிறுமி.

வயல்காட்டுப் பொம்மையின்
காதில் கூடுகட்டுகிறது
வயல் பறவை.

இரவின் மழை
நனைகிறது
தெருவிளக்கின் ஒளியில்.

மின்வேலியைத் தாண்டிய யானை
கால்களைக் கட்டியிருக்கிறது
மெல்லிய கயிறு.

பறவை விதைத்திருக்கும்
மலை உச்சியில்
ஒற்றைமரம்.

தேநீரின் நுரைக்குமிழ்கள்
குதித்து விளையாடுகிறது
காற்று.

எந்தக் குப்பையில் எழுதியிருக்கிறது
குப்பை பொறுக்குபவனுக்கான
அரிசி.

வறண்ட குளம்
நீச்சலடிக்கின்றன
சருகுகள்.

சிறுமியின் பாடலுக்கு
பதில் தருகிறது
குயில்.

சாலை வசதி இல்லாதபோது
உயிரோடிருந்தன
காட்டுமரங்கள்.

கடைசி ஆசையைக் கேட்டதும்
தூக்குக்கைதி சொன்னான்-
“புத்தரின் மண்தானே இது?”

அறுவடை முடிந்த வயல்
பார்த்து வரக் கிளம்பியது
தாத்தாவின் நாய்.

நான்கு சிறகுகளால்
நான்கு திசைகளை அசைக்கிறது
தட்டாம் பூச்சி.

தூய்மைப் படுத்தினாலும்
குப்பை ஆனால்தான்
மனம்.

குளியல் அறை
இப்போதும் கேட்கிறது
விழுந்த அப்பாவின் குரல்.

இரவு முழுக்க எரிகிறது
ஆசைகளை அடக்க மறுத்த
பிணம் ஒன்று.

எந்தத் தானியத்தில்
எந்தப் பறவையின்
பெயரோ!

எல்லா மரத்தின் நிழலிலும்
ஒளிந்திருக்கிறது
புத்தரின் நிழல்.

பறவைக்கு வைத்த
தண்ணீர்க் கிண்ணத்தைக்
கிரிவலம் செய்கிறது எறும்பு.

தேசத்தின் எல்லைக் கிராமத்தில்
கொட்டிக்கிடக்கின்றன
தலைப்புச் செய்திகள்...

டிராபிக் போலீசுக்குப்
பறக்கும் முத்தம் தருகிறாள்
பள்ளி செல்லும் சிறுமி.

பனங்கிழங்கைக் கூவி
விற்கும் பாட்டிக்குப்
பனங்காட்டின் குரல்.

குளத்து நீர்
முட்டை போட்டது
எறிந்த சாக்பீஸ்.

பறவைகளுக்கு
வைத்த தண்ணீரை அருந்துகிறது
சூரியன்.

இரவு முழுக்க நிலவைத்
தேய்த்துக் குளிக்கிறது
குளம்.

இடித்துக்கொண்டது குழந்தை
புடைத்துக்கொண்டது
கடவுளின் நெற்றி.

டிஜிட்டல் மேடை
துகிலுரியும் காட்சி
பாஞ்சாலி நிலை மாறவில்லை.

மூடிய பழைய சன்னல்
ஓட்டை வழியே
புதிய காற்று.

எல்லாப் பூக்களுக்கும்
ஒவ்வொரு மரணமாயிருக்கிறது
அதன் மணம்.

வடக்கே உதிக்கிறது
தெற்கே மறைகிறது
பாப்பா சொல்லும் கதை.

மழையில் நனைந்தும்
ஈரமாகவில்லை
வெயில்.

ஊருக்கு ஊர்
பெய்கிறது
ஒரே மழை.

தாழ்வாரத்தில் கிடந்த
தூண்டில் முள்ளில்
பனித்துளி.

பூச்சந்தையில்
ஆதிக்கம் செய்கின்றன
ஜாதிப்பூக்கள்.

ஊர்கூடி
இழுத்தது
ஜாதித்தேரை.

தரிசு நிலம்
கைவிடப்பட்டது
வயல் பொம்மை.

எல்லா ஊர்களிலும்
அழகாய் இருக்கின்றன
தேநீர்க்கடைகள்.

ஓட்டைப் பரிசல்
எட்டிப் பார்த்தது
மணல்.

குழந்தையின் பிரார்த்தனை
மண்டியிட்டுக் கேட்டார்
கடவுள்!

கோடரிகள் அறியாத
ரகசியம் மரத்தின்
வேர்கள்.

வீதி ஓவியனுக்கு
ராஜ வீதிகளும்
ஓவியப் பலகை.

மூன்று மிடறு தேநீர்
போதுமானதாயிருக்கிறது
ஹைக்கூ கவிஞனுக்கு.

குறட்டை விடும் அப்பா
பதில் குறட்டை விடும்
குழந்தை.

உருண்டு புரண்டு
அழும் குழந்தை
முதல் நாள் பள்ளி.

மூக்குத்தித் துவாரத்தில்
மினுக்கியது
அம்மாவின் வியர்வை.

வானத்தில் நீச்சலடித்து
மரம் ஒதுங்கியது
நூலறுந்த பட்டம்.

தொப்பியணிந்து ஒற்றைக் காலில்
நிற்கிறது
ராணுவ வீரரின் நிழல்.

கிள்ளு வடாம்கள்
காய்கின்றன
புத்தரின் தலையில்.

நூத்தியெட்டு மக்ரோன்கள்
யார் வைத்தது
புத்தரின் தலையில்.

தூணிலும் இருப்பான்
துரும்பிலும் இருப்பான்
ஆஃப்பிலும் இருப்பான்.

பழகிய யானை
பிச்சை எடுத்தது
பாகனுக்கு.

மெல்லிய கயிறு
அறுக்கத் தெரிவதில்லை
காட்டை ஆண்ட யானைக்கு.

காடு மிரண்டால்
எந்த நாடும்
கொள்ளாது.

மரத்தை வெட்ட வெட்ட
கண்டன முழக்கமிடுகின்றன
பறவைகள்.

தண்ணீர் இருந்தது
அம்மா ஊட்டிய
நிலாச் சோற்றில்.

வீடு திரும்பும் அப்பா
முன்பே வரும்
வியர்வை வாசம்.

தாலிசெயின் திருடனின்
மனைவியின் கழுத்தில்
மஞ்சள் கயிறு.

பக்தனிடம் பெறுகிறார்
திருடனுக்குத் தருகிறார்
அவர்தானே கடவுள்.

உழைப்பாளர் சிலை
பார்க்கும்போதெல்லாம்
வியர்க்கிறது.

ஹைறக்கூ கவிஞனுக்கு
ஜோதிடன் சொன்னான்
மூன்றில் சனி.

குடிகாரனுக்கு வாக்கப்பட்ட
பெண்ணைப் போன்றது
இந்த மழை.

பார்வையற்றவன்
வழிகாட்ட இருக்கிறது
பழைய பாடல் ஒன்று.

காற்று
கருக்கலைப்பு செய்கிறது
மழையை.

வானவில் எப்படியாகும்
அது
வானவளைவு.

வெயில் பெய்கிறது
மழை கொளுத்துகிறது
காற்று சுழல்கிறது.

குழந்தை தரும்
பறக்கும் முத்தத்துக்கு
ஆயிரம் சிறகுகள்!

பார்வையற்றவனுக்குப்
புல்லாங்குழல் இசையே
பார்வை.

பகலெல்லாம் சூடுபட்டது குளம்
இரவில் ஒத்தடம் கொடுத்தது
நிலா.

யானை குளித்தது
நீருக்குள்
மணியோசை.

கத்தியின் கருக்கு
அறுபடாமல்
நகரும் நத்தை.

உற்றுக் கேட்டால் தெரிகிறது
அந்தந்த ஊர் மொழி பேசி
பெய்கிறது மழை.

ஊதாங்குழலில் ஊதிச்
சமைத்த உணவில்
அம்மாவின் மூச்சின் மணம்.

குழந்தையின் பொம்மைகளோடு
பொம்மையாகி இருந்தார்
கடவுள்.

கடவுளை பொம்மையாக்கி
விளையாடுகிறது
குழந்தை.

எங்கோ இருக்கும் மரம்
வீட்டின் முற்றத்தில்
அதன் நிழல்.

மார்பிள் தரையில்
வழுக்கிச் சென்றது
வீடு புகுந்த தூசி.

பேரலையைப் போன்ற
சிறகுகள்
கடல் பறவைக்கு.

அவ்வளவு பெரிய கடலை
விழுங்கிவிடுகிறது
சிறு பறவையின் கண்கள்.

மூடிய அம்மாவின் கைகள்
இல்லாத புதையலை எடுத்து
மகிழ்ந்தது குழந்தை.

குழந்தையின் கையில் வண்ணக்குப்பி
குதூகலித்தது
வரையப்படாத ஓவியம்.

இவர் தற்போது வசிப்பது புதுக்கோட்டை நகரில். தஞ்சை அருகில் உள்ள வல்லம் என்ற ஊரில் பிறந்தவர்.

இவருடைய ஆதர்ஷ எழுத்தாளர் மௌனி. அவரைப் படித்த பிறகே, தாம் எழுத வந்ததாகக் குறிப்பிடுகிறார். எழுத்தின் வழிகாட்டிகளாக, நாஞ்சில்நாடன், வண்ணதாசன், எஸ்.ரா, ஜெயமோகன், சாரு, கோணங்கி, இமையம் ஆகியோரை நன்றி பாராட்டுகிறார்.

தன்னுடைய ஒவ்வொரு நூலையும் நினைவிலும் எழுத்திலும் கவிதையிலும் வாழும் முன்னோடி எழுத்தாளர்களுக்கு சமர்ப்பணம் செய்வதையே தமது பாணியாக வைத்திருக்கிறார்.

அந்த வகையில், முதல் நாவலை மௌனிக்கும் முதல் சிறுகதைத் தொகுப்பை வேதநாயகம் பிள்ளைக்கும் இரண்டாவது நாவலை சா.கந்தசாமிக்கும் மூன்றாவது நாவலை கந்தர்வனுக்கும் காணிக்கை செய்துள்ளார். அந்த வகையில், தன்னுடைய முதல் ஹைக்கூ தொகுப்பை கவிஞர் அறிவுமதிக்கு சமர்ப்பித்துள்ளார்.

கோவை சிறுவாணி வாசகர் மையம், ஸீரோ டிகிரி பப்ளிஷிங், இராம.செ.சுப்பையா அறக்கட்டளை, சென்னை வானவில் பண்பாட்டு மையம், நன்னன் குடி, பேசும் புதியசக்தி, விடியல் இலக்கிய இதழ், தமிழ்ப்பல்லவி, நோஸன் பிரஸ் (பிஞ்ச்) உள்ளிட்ட ஏராளமான இலக்கிய அமைப்புகள் நடத்திய சிறுகதைப் போட்டிகளில் பரிசுகள், விருதுகள் வென்றிருக்கிறார். இதுவரை மூன்று நாவல்கள், நான்கு குறுநாவல்கள், ஒரு சிறுகதைத் தொகுப்பு எழுதியிருக்கிறார்.

www.ingramcontent.com/pod-product-compliance
Lightning Source LLC
LaVergne TN
LVHW060146051026
849517LV00007B/2569
* 9 7 8 9 3 9 5 4 7 3 3 2 3 *